SÁCH KHAI THÁC TỐT NHẤT SAU KHI TRƯỢT TRƯỢT

100 Đồ Uống Ấm Áp Giúp Ấm Áp Mùa Đông Của Bạn

Văn Hoàng

MỤC LỤC

GIỚI THIỆ U

Khi mùa đông bao phủ thế giới trong một lớp tuyết nguyên sơ, những người đam mê trượt tuyết và những người đam mê tuyết háo hức chờ đợi cảm giác hồi hộp khi trượt dốc. Tuy nhiên, đối với nhiều người, điều kỳ diệu thực sự của các môn thể thao mùa đông còn vượt xa cả những đường chạy đầy hứng khởi và những đường trượt dốc tràn đầy năng lượng adrenaline— đó là thế giới đầy mê hoặc của môn trượt tuyết sau khi trượt tuyết. Bầu không khí ấm cúng của một nhà nghỉ ven núi, lò sưởi kêu lách tách và tình bạn thân thiết vui vẻ của bạn bè và những người cùng trượt tuyết tạo nên khung cảnh hoàn hảo cho lễ kỷ niệm sau trượt tuyết.

Ở trung tâm của xứ sở thần tiên mùa đông này, chúng tôi giới thiệu "Sách dạy nấu ăn trượt tuyết Ultimate Aprés", một bộ sưu tập thú vị gồm 100 đồ uống ấm cúng được tuyển chọn tỉ mỉ để sưởi ấm tâm hồn bạn sau một ngày phiêu lưu đầy tuyết. Cho dù bạn đã chinh phục những con đường mòn kim cương đen đầy thử thách hay dành cả ngày để lướt một cách duyên dáng xuống những con dốc thoai thoải, công thức nấu ăn của chúng tôi đều được thiết kế để nâng trải nghiệm trượt tuyết sau buổi lễ của bạn lên một tầm cao mới.

Hãy bắt đầu cuộc hành trình qua các trang của cuốn sách nấu ăn này, trong đó mỗi công thức nấu ăn là minh chứng cho tấm thảm hương vị phong phú mà mùa đông mang lại. Từ sô-cô-la nóng cổ điển gợi lại ký ức tuổi thơ cho đến cách pha chế sáng tạo pha trộn các nguyên liệu theo mùa với một chút tinh tế, những đồ uống này không chỉ là đồ uống—chúng là một phần không thể thiếu trong nghi thức trượt tuyết sau buổi lễ.

Vì vậy, hãy quây quần bên đống lửa, quấn mình trong một chiếc chăn ấm áp và để hơi ấm của những đồ uống này xua tan đi cái lạnh mùa đông. "SÁCH KHAI THÁC TỐT NHẤT SAU KHI TRƯỢT TRƯỢT" là người bạn đồng hành giúp bạn tạo ra những khoảnh khắc khó quên, cho dù bạn đang tổ chức một buổi tụ tập sau trượt tuyết, tận hưởng một buổi tối yên tĩnh bên đống lửa hay chỉ đơn giản là tận hưởng niềm vui của mùa đông trong nhà.

COCKTAIL MÙA ĐÔNG

1.Rumsarla

THÀNH PHẦN:

- 3/4 ounce Marsala khô
- Rượu mùi gừng Domaine de Canton
- 30ml nước dừa non
- 45 ml rượu rum có gia vị
- 250 gram rượu rum đen

HƯỚNG DẪN:

a) Đổ đầy đá vào bình lắc cocktail.
b) Thêm tất cả các thành phần.
c) Khuấy.
d) Lọc vào ly

2.Doo nguệch ngoạc

THÀNH PHẦN:

- 1 1/4 ounce rượu rum 151 độ
- 1/2 ounce kem noyaux
- 6 ounce nước ép đam mê
- Nước ép quả lựu
- Những lát cam

HƯỚNG DẪN:

a) Pha chế trong ly Collins với đá.

b) Thưởng thức!

3.Thị trấn đỏ tím

THÀNH PHẦN:

- Rượu mùi mâm xôi
- 3 ounce rượu vodka
- 1 ounce nước ép củ cải đỏ tươi
- 1 ounce amaro
- 1 thìa cà phê hạt tiêu
- Chambord

HƯỚNG DẪN:

a) Đổ đầy đá vào bình lắc cocktail.
b) Thêm tất cả các thành phần
c) Lắc.
d) Lọc vào ly.

4.Đào f I zz

THÀNH PHẦN:

- 3 quả đào chín
- 6 ounce nước chanh hồng
- 6 ounce rượu vodka
- Đá viên để đổ đầy máy xay

HƯỚNG DẪN:

a) Cho đào, nước chanh hồng, rượu vodka và đá vào máy xay.
b) Trộn cho đến khi đá được nghiền nát .
c) Đặt trong tủ đông trong bốn giờ.
d) Múc vào ly highball.

5.Rượu bạc hà đông lạnh

THÀNH PHẦN:

- 2 ounce rượu bourbon
- 1 ounce nước cốt chanh
- 1 ounce xi-rô đường
- 6 lá bạc hà
- 6 ounce đá nghiền

HƯỚNG DẪN:

a) Trộn đều rượu bourbon, nước cốt chanh, xi-rô đường và lá bạc hà trong ly.

b) Đổ hỗn hợp và đá vào máy xay.

c) Trộn ở tốc độ cao trong 15 hoặc 20 giây.

d) Đổ vào ly highball đã ướp lạnh.

e) Trang trí với một nhánh bạc hà.

6.Madeira bạc hà lật

THÀNH PHẦN:

- 1 1/2 ounce Madeira
- 1 ounce rượu mùi sô cô la bạc hà
- 1 quả trứng nhỏ
- 1 thìa cà phê đường

HƯỚNG DẪN:

a) Đổ đầy đá vào bình lắc cocktail.
b) Thêm Madeira, rượu mùi, trứng và đường.
c) Lắc.
d) Lọc vào ly Delmonico đã ướp lạnh.
e) Bụi với hạt nhục đậu khấu.

7.Tháng năm nở hoa

THÀNH PHẦN:

- 1 thìa cà phê lựu
- 1/2 ounce nước cốt chanh
- 1 ounce soda câu lạc bộ
- 2 ounce Punsch

HƯỚNG DẪN:

a) Đổ đầy đá vào bình lắc cocktail.
b) Thêm grenadine, nước chanh, soda câu lạc bộ và Punsch .
c) Lắc.
d) Lọc vào một chiếc ly kiểu cũ.
e) Đổ soda lên trên.

8.Cocktail dâu sủi bọt

THÀNH PHẦN:

- 1 cốc dâu tây bỏ vỏ – tươi hoặc đông lạnh
- ½ ounce (1 muỗng canh) nước cốt chanh mới vắt
- chai (750 ml) rượu sâm panh Brut
- 10 oz Nước

HƯỚNG DẪN:

a) Cho dâu tây, nước cốt chanh và nước vào máy xay sinh tố hoặc máy chế biến thực phẩm. Xay nhuyễn cho đến khi mịn.

b) Múc 1 đến 2 thìa nhuyễn vào đáy ly sâm panh và đổ sâm panh lên trên. Dùng thìa dài khuấy thật nhẹ nhàng

c) Nhấm nháp đi!

9.Rượu sâm panh xanh

THÀNH PHẦN:

- 1/5 curacao xanh
- 8 ounce nước chanh
- 4/5 rượu sâm panh khô
- Vỏ của hai quả chanh

HƯỚNG DẪN:

a) Làm lạnh tất cả các thành phần.
b) Đổ curacao và nước cốt chanh vào tô punch (không có đá).
c) Khuấy.
d) Thêm rượu sâm panh.
e) Khuấy động nhẹ nhàng.
f) Thả vỏ chanh vào bát.

10.lật cà phê

THÀNH PHẦN:

- 1 ounce rượu cognac
- Cảng hung 1 ounce
- 1 quả trứng nhỏ
- 1 thìa cà phê đường

HƯỚNG DẪN:

a) Đổ đầy đá vào bình lắc cocktail.
b) Thêm cognac, port, trứng và đường.
c) Lắc.
d) Lọc vào ly delmonico đã ướp lạnh .
e) Bụi với hạt nhục đậu khấu.

11.lật mang nhãn hiệu

THÀNH PHẦN:

- 1 ounce rượu mạnh
- 1 ounce rượu brandy hương mơ
- 1 quả trứng nhỏ
- 1 thìa cà phê đường

HƯỚNG DẪN:

a) Đổ đầy đá vào bình lắc cocktail.
b) Thêm rượu mạnh, trứng và đường.
c) Lắc.
d) Lọc vào ly Delmonico đã ướp lạnh.
e) Bụi với hạt nhục đậu khấu.

12.Chuyến đi buổi sáng của Đại sứ

THÀNH PHẦN:

- 32 ounce sữa trứng pha chế
- 6 ounce rượu cognac
- 3 ounce rượu rum Jamaica
- 3 ounce kem cacao

HƯỚNG DẪN:

a) Đổ tất cả nguyên liệu vào tô punch.
b) Khuấy.
c) Rắc hạt nhục đậu khấu vào mỗi khẩu phần.

TODDIES HẤP DẪN

13.Bỉ Hot Toddy

THÀNH PHẦN:

- 1 cốc nước nóng
- 2 ounce rượu whisky Bỉ hoặc genever
- 1 thìa mật ong
- 1 lát chanh
- Đinh hương (tùy chọn)

HƯỚNG DẪN:

a) Trong cốc, trộn nước nóng, rượu whisky Bỉ hoặc genever và mật ong.

b) Thêm một lát chanh vào hỗn hợp.

c) Nếu muốn, hãy đính lát chanh với đinh hương.

d) Khuấy đều và để yên trong vài phút trước khi dùng.

14.Chai Hot Toddy

THÀNH PHẦN:

- 3 cốc nước
- 1 thanh quế
- 6 củ đinh hương
- 6 quả bạch đậu khấu, hơi nghiền nát
- 2 túi trà chai
- ¼ cốc rượu rum hoặc rượu bourbon có gia vị
- 2 thìa mật ong
- 1 muỗng canh nước cốt chanh mới vắt hoặc 2 quả chanh

HƯỚNG DẪN:

a) Trong một cái chảo vừa, kết hợp nước, thanh quế, đinh hương và vỏ bạch đậu khấu nghiền nát. Nếu có dụng cụ pha trà, bạn có thể cho gia vị vào đó để tránh bị cấn sau này. Đun sôi hỗn hợp.

b) Nhấc chảo ra khỏi bếp và thêm túi trà chai vào. Đậy nắp và để chúng ngâm trong 15 phút. Sau đó, lọc hỗn hợp qua rây mịn để loại bỏ túi trà và gia vị.

c) Cho trà đã tẩm gia vị vào chảo và hâm nóng cho đến khi ấm.

d) Khuấy rượu rum có gia vị (hoặc rượu bourbon), mật ong và nước cốt chanh nếu bạn thích. Trộn đều.

e) Chia đồ uống nóng vào giữa hai cốc ấm và dùng ngay. Ngoài ra, hãy phục vụ mỗi cốc với một lát chanh để ép lấy nước trái cây cho vừa ăn. Thưởng thức!

15.Cheesy Hot Toddy

THÀNH PHẦN:

- 1 cốc nước nóng
- ½ ounce nước cốt chanh
- 1 muỗng canh mật ong
- 1 thanh quế
- Phô mai Mỹ bào 1 ounce

HƯỚNG DẪN:

a) Trong cốc, trộn nước nóng, nước cốt chanh, mật ong và thanh quế. Khuấy để kết hợp.

b) Thêm phô mai Mỹ bào vào và khuấy đều cho đến khi tan chảy và hòa quyện.

c) Lấy thanh quế ra và dùng.

16.Peach Hot Toddy

THÀNH PHẦN:

- 40 oz (1 chai) Nước ép đào Dole Pure & Light Orchard
- 1/4 c Đường nâu (đóng gói)
- 2 thanh quế
- 2 muỗng canh bơ/margarine
- 1/2 c schnapps đào (tùy chọn)
- Thêm que quế để trang trí.

HƯỚNG DẪN:

a) Cho nước trái cây, đường nâu, thanh quế và bơ/bơ thực vật vào lò nướng kiểu Hà Lan hoặc chảo có nắp đậy và đun sôi.

b) Tắt bếp và loại bỏ các thanh quế, thêm rượu schnapps, (nếu muốn) trang trí bằng một lát đào và thanh quế rồi thưởng thức.

17.Thuốc tiên Elderberry Hot Toddy

THÀNH PHẦN:

- 2 cốc whisky Ailen
- ½ chén quả cơm cháy khô
- Gừng tươi 2 inch, thái lát mỏng
- Thanh quế 1 đến 3 inch, bị gãy
- 6 đến 8 tép nguyên
- ½ cốc mật ong

HƯỚNG DẪN:

a) Kết hợp rượu whisky, quả cơm cháy, gừng, quế và đinh hương trong một cái chảo vừa.

b) Đun nhỏ lửa trong 1 giờ ở nhiệt độ thấp, thỉnh thoảng khuấy. Đừng đun sôi.

c) Tắt bếp sau 1 giờ. Đậy nắp và để yên trong 1 giờ.

d) Trong khi hỗn hợp rượu whisky vẫn còn ấm, đổ qua lưới lọc mịn vào bình thủy tinh. Loại bỏ các loại thảo mộc và gia vị.

e) Làm sạch chảo và cho rượu whisky trở lại chảo.

f) Thêm mật ong vào rượu whisky ấm và khuấy nhẹ nhàng cho đến khi hòa quyện.

g) Khi nguội hoàn toàn, chắt vào lọ thủy tinh hoặc chai rượu mùi đẹp và bảo quản trong tủ đựng thức ăn ở nhiệt độ phòng.

18.Heather Mật Ong Nóng Toddy

THÀNH PHẦN:

- 2 oz rượu whisky Scotch
- 1 thìa mật ong thạch nam
- Nước nóng
- Chanh nêm
- Đinh hương (tùy chọn)

HƯỚNG DẪN:

a) Trong một cốc, đong 2 ounce rượu whisky Scotch ưa thích của bạn.

b) Thêm một thìa mật ong thạch nam vào cốc.

c) Vắt một miếng chanh vào cốc. Tùy chọn, bạn có thể dán một vài tép vào miếng chanh để tăng thêm hương vị.

d) Đổ nước nóng vào cốc, đổ đầy đến mức bạn mong muốn.

e) Khuấy đều hỗn hợp , đảm bảo mật ong được hòa tan hoàn toàn.

f) Để đồ uống ngâm trong một hoặc hai phút để hương vị hòa quyện.

g) Nếm thử và điều chỉnh độ ngọt hoặc chua bằng cách thêm mật ong hoặc chanh nếu cần.

h) Loại bỏ chanh và đinh hương.

ĐỒ UỐNG MUỐI

19.Rượu hương thảo ngâm & trà đen

THÀNH PHẦN:

- 1 rượu vang chai; HOẶC... rượu vang đỏ đậm đà khác
- 1 lít Trà đen ưu tiên. Assam hoặc Darjeeling
- ¼ cốc Mật ong dịu nhẹ
- ⅓ cốc Đường; hoặc nếm thử
- 2 Cam cắt lát mỏng và bỏ hạt
- 2 Que quế (3 inch)
- 6 Toàn bộ đinh hương
- 3 Nhánh hương thảo

HƯỚNG DẪN:

a) Đổ rượu và trà vào một cái chảo không bị ăn mòn . Thêm mật ong, đường, cam, gia vị và hương thảo. Đun trên lửa nhỏ cho đến khi gần như bốc hơi. Khuấy đều cho đến khi mật ong tan hết .

b) Lấy chảo ra khỏi bếp, đậy nắp và để yên trong ít nhất 30 phút.

c) Khi đã sẵn sàng phục vụ, hãy hâm nóng lại cho đến khi chín và dùng nóng.

20.Rượu ngâm

THÀNH PHẦN:

- 1 chai rượu vang đỏ
- 2 quả cam
- 3 que quế
- hồi 5 sao
- 10 tép nguyên
- 3/4 cốc đường nâu

HƯỚNG DẪN:

a) Đặt tất cả nguyên liệu trừ cam vào một cái nồi cỡ vừa.

b) Dùng dao sắc hoặc dụng cụ gọt vỏ, gọt vỏ một nửa quả cam. Tránh gọt càng nhiều phần cùi (phần trắng) càng tốt vì nó có vị đắng.

c) Ép cam và cho vào nồi cùng với vỏ cam.

d) Trên lửa vừa, đun nóng hỗn hợp cho đến khi hấp. Giảm nhiệt xuống mức sôi nhỏ. Đun khoảng 30 phút cho gia vị ngấm.

e) Lọc rượu và phục vụ vào cốc chịu nhiệt .

21.Mulled Ale với gia vị và rượu mạnh

THÀNH PHẦN:

- 18 ounce bia Giáng sinh
- 2½ muỗng canh đường nâu đậm
- 4-6 tép tùy khẩu vị
- hồi 2 sao
- 1 thanh quế
- ½ muỗng cà phê hạt nhục đậu khấu
- 6 miếng vỏ cam
- 3 ounce rượu mạnh

HƯỚNG DẪN:

a) Trong một cái chảo hoặc nồi nhỏ, trộn rượu bia (một chai rưỡi, tổng cộng 18 ounce) với đường nâu và hạt nhục đậu khấu, thêm đinh hương, hoa hồi, thanh quế và vỏ cam.

b) Đun nhỏ lửa (không để sôi), khuấy cho đường tan, đun nhỏ lửa trong 2-3 phút cho ngấm đều gia vị.

c) Tắt bếp và thêm rượu mạnh.

d) Phục vụ trong cốc, trang trí bằng một lát cam và thưởng thức một cách có trách nhiệm.

SÔ CÔ LA NÓNG

22.Sôcôla nóng gia vị bạch đậu khấu và hoa hồng

THÀNH PHẦN:

- 2 cốc sữa (sữa hoặc sữa thay thế)
- 2 thìa bột cacao
- 2 thìa đường (tuỳ khẩu vị)
- ½ thìa cà phê bạch đậu khấu xay
- ¼ muỗng cà phê nước hoa hồng
- Một nhúm quế xay
- Kem tươi và cánh hoa hồng khô để trang trí
- Kẹo dẻo, để phủ lên trên

HƯỚNG DẪN:

a) Trong chảo, đun sữa trên lửa vừa cho đến khi nóng nhưng không sôi.

b) Trong một bát nhỏ, trộn đều bột ca cao, đường, bạch đậu khấu, nước hoa hồng và quế.

c) Từ từ đánh hỗn hợp ca cao vào sữa nóng cho đến khi hòa quyện và mịn màng.

d) Tiếp tục đun nóng hỗn hợp cho đến khi đạt đến nhiệt độ mong muốn, thỉnh thoảng khuấy đều.

e) Đổ sô cô la nóng đã tẩm gia vị vào cốc và trang trí bằng kem đánh bông, kẹo dẻo và cánh hoa hồng khô. Phục vụ và thưởng thức!

23.Sôcôla nóng có gia vị lấy cảm hứng từ Mexico

THÀNH PHẦN:

- 2 cốc sữa (sữa hoặc sữa thay thế)
- 2 ounce sôcôla đen, thái nhỏ
- 2 thìa bột cacao
- 2 thìa đường (tuỳ khẩu vị)
- ½ muỗng cà phê quế xay
- ¼ thìa cà phê hạt nhục đậu khấu
- Một nhúm ớt cayenne (tùy chọn)
- Kem tươi và bột cacao để trang trí

HƯỚNG DẪN:

a) Trong chảo, đun sữa trên lửa vừa cho đến khi nóng nhưng không sôi.

b) Thêm sô cô la đen cắt nhỏ, bột ca cao, đường, quế, nhục đậu khấu và ớt cayenne (nếu dùng) vào sữa.

c) Đánh liên tục cho đến khi sôcôla tan chảy và hỗn hợp mịn và hòa quyện.

d) Tiếp tục đun nóng sô-cô-la nóng đã tẩm gia vị, thỉnh thoảng khuấy đều cho đến khi đạt đến nhiệt độ mong muốn.

e) Đổ vào cốc, phủ kem tươi lên trên và rắc bột ca cao. Phục vụ và thưởng thức!

24.Sôcôla nóng có gia vị bánh gừng

THÀNH PHẦN:

- 2 cốc sữa (sữa hoặc sữa thay thế)
- 2 thìa bột cacao
- 2 muỗng canh đường nâu
- ½ muỗng cà phê gừng xay
- ½ muỗng cà phê quế xay
- ¼ thìa cà phê hạt nhục đậu khấu
- Một nhúm đinh hương đất
- Bánh quy gừng và kem đánh bông để trang trí

HƯỚNG DẪN:

a) Trong chảo, đun sữa trên lửa vừa cho đến khi nóng nhưng không sôi.

b) Trong một bát nhỏ, trộn đều bột ca cao, đường nâu, gừng, quế, nhục đậu khấu và đinh hương.

c) Từ từ đánh hỗn hợp ca cao vào sữa nóng cho đến khi hòa quyện và mịn màng.

d) Tiếp tục đun nóng sô-cô-la nóng đã tẩm gia vị, thỉnh thoảng khuấy đều cho đến khi đạt đến nhiệt độ mong muốn.

e) Đổ vào cốc, phủ kem tươi lên trên và rắc vụn bánh quy gừng lên trên. Phục vụ và thưởng thức!

25.Sôcôla nóng có gia vị Chai

THÀNH PHẦN:

- 2 cốc sữa (sữa hoặc sữa thay thế)
- 2 thìa bột cacao
- 2 thìa đường (tuỳ khẩu vị)
- 1 thìa cà phê lá trà chai (hoặc 1 túi trà chai)
- ½ muỗng cà phê quế xay
- ¼ thìa cà phê bạch đậu khấu xay
- Một nhúm gừng xay
- Kem đánh bông và rắc quế để trang trí

HƯỚNG DẪN:

a) Trong chảo, đun sữa trên lửa vừa cho đến khi nóng nhưng không sôi.

b) Thêm lá trà chai (hoặc túi trà) vào sữa và để yên trong 5 phút. Bỏ lá trà hoặc túi trà ra.

c) Trong một bát nhỏ, trộn đều bột ca cao, đường, quế, bạch đậu khấu và gừng.

d) Từ từ đánh hỗn hợp ca cao vào sữa nóng cho đến khi hòa quyện và mịn màng.

e) Tiếp tục đun nóng sô-cô-la nóng đã tẩm gia vị, thỉnh thoảng khuấy đều cho đến khi đạt đến nhiệt độ mong muốn.

f) Đổ vào cốc, phủ kem tươi lên trên và rắc quế. Phục vụ và thưởng thức!

26.Sôcôla nóng Peta

THÀNH PHẦN:

- ½ cốc bột cacao không đường
- ½ cốc đường
- 1 chút muối
- ½ cốc nước
- 6 cốc sữa đậu nành vani
- kem đậu phụ
- que quế

HƯỚNG DẪN:

a) Trong một cái chảo 2 lít , khuấy đều ca cao, đường và muối cho đến khi hòa quyện.

b) Thêm nước và khuấy cho đến khi mịn. Nấu hỗn hợp trên lửa vừa cho đến khi sôi, khuấy liên tục bằng thìa hoặc máy đánh trứng.

c) Giảm nhiệt và nấu trong 2 phút nữa, khuấy liên tục.

d) Khuấy sữa đậu nành và đun nóng cho đến khi hình thành bong bóng nhỏ xung quanh mép, khuấy liên tục. Lấy chảo ra khỏi bếp. Đánh bằng máy đánh trứng hoặc máy trộn điện cho đến khi mịn và nổi bọt, sau đó đổ vào cốc 8 ounce.

e) Phủ đậu phụ đã đánh bông lên trên và trang trí bằng que quế.

27.Sôcôla nóng Red Velvet

THÀNH PHẦN:

- 14 ounce sữa đặc có đường
- 1 cốc kem đặc
- 6 cốc sữa nguyên chất
- 1 cốc sô-cô-la chip vừa ngọt
- 1 muỗng canh chiết xuất vani
- 1 muỗng canh kem phô mai
- 4 giọt gel thực phẩm màu đỏ

HƯỚNG DẪN:

a) Thêm sữa đặc có đường, sô cô la chip, kem béo, sữa và chiết xuất vani vào nồi nấu chậm và nấu ở lửa nhỏ trong 3 giờ, khuấy đều mỗi giờ. Sô cô la và sữa trong nồi nấu chậm

b) Khi sô-cô-la tan chảy, cho phô mai kem và màu thực phẩm đỏ vào khuấy đều.

c) Tiếp tục nấu nếu muốn hoặc giảm nhiệt để hâm nóng và dùng. Sô cô la trong nồi nấu chậm

d) Nếu hỗn hợp quá đặc so với sở thích của bạn, bạn có thể pha loãng với sữa hoặc nước bổ sung. Sôcôla nóng nhung đỏ đựng trong cốc trong suốt.

28.Sôcôla nóng phô mai

THÀNH PHẦN:

- 2 cốc sữa
- ½ cốc kem đặc
- 1 cốc phô mai Mỹ bào
- 2 thìa bột cacao
- 2 thìa đường
- 1 muỗng cà phê chiết xuất vani

HƯỚNG DẪN:

a) Trong chảo, đun nóng sữa và kem đặc trên lửa vừa.

b) Thêm phô mai Mỹ bào vào và khuấy đều cho đến khi tan chảy và hòa quyện.

c) Thêm bột ca cao, đường và chiết xuất vani vào và khuấy đều cho đến khi kết hợp tốt.

d) Ăn nóng.

29.Sôcôla nóng phô mai dê và mật ong

THÀNH PHẦN:

- 2 cốc sữa (sữa hoặc sữa thay thế)
- 2 thìa bột cacao
- 2 thìa mật ong (tuỳ khẩu vị)
- ¼ chén phô mai dê, vụn
- Chút muối
- Kem đánh bông và một chút mật ong để trang trí

HƯỚNG DẪN:

a) Trong chảo, đun sữa trên lửa vừa cho đến khi nóng nhưng không sôi.

b) Trong một bát nhỏ, trộn đều bột ca cao, mật ong và muối.

c) Từ từ đánh hỗn hợp ca cao vào sữa nóng cho đến khi hòa quyện và mịn màng.

d) Thêm phô mai dê vụn vào sô cô la nóng và đánh cho đến khi nó tan chảy và hòa vào hỗn hợp.

e) Tiếp tục đun nóng sô-cô-la nóng phô mai, thỉnh thoảng khuấy đều cho đến khi đạt đến nhiệt độ mong muốn.

f) Đổ vào cốc, phủ kem tươi lên trên và rưới mật ong. Phục vụ và thưởng thức!

30.Phô mai xanh Sô cô la nóng

THÀNH PHẦN:

- 2 cốc sữa (sữa hoặc sữa thay thế)
- 2 thìa bột cacao
- 2 thìa đường (tuỳ khẩu vị)
- ¼ chén phô mai xanh, vụn
- Chút muối
- Kem đánh bông và rắc phô mai xanh vụn để trang trí

HƯỚNG DẪN:

a) Trong chảo, đun sữa trên lửa vừa cho đến khi nóng nhưng không sôi.

b) Trong một bát nhỏ, trộn đều bột ca cao, đường và muối.

c) Từ từ đánh hỗn hợp ca cao vào sữa nóng cho đến khi hòa quyện và mịn màng.

d) Thêm phô mai xanh vụn vào sô cô la nóng và đánh cho đến khi nó tan chảy và hòa vào hỗn hợp.

e) Tiếp tục đun nóng sô-cô-la nóng phô mai, thỉnh thoảng khuấy đều cho đến khi đạt đến nhiệt độ mong muốn.

f) Đổ vào cốc, phủ kem tươi lên trên và rắc phô mai xanh vụn. Phục vụ và thưởng thức!

31.Sôcôla nóng Parmesan và muối biển

THÀNH PHẦN:

- 2 cốc sữa (sữa hoặc sữa thay thế)
- 2 thìa bột cacao
- 2 thìa đường (tuỳ khẩu vị)
- ¼ chén phô mai Parmesan bào
- Một nhúm muối biển
- Kem đánh bông và rắc Parmesan bào để trang trí

HƯỚNG DẪN:

a) Trong chảo, đun sữa trên lửa vừa cho đến khi nóng nhưng không sôi.

b) Trong một bát nhỏ, trộn đều bột ca cao, đường và muối biển.

c) Từ từ đánh hỗn hợp ca cao vào sữa nóng cho đến khi hòa quyện và mịn màng.

d) Thêm phô mai Parmesan bào vào sô-cô-la nóng và đánh cho đến khi phô mai tan chảy và hòa quyện vào hỗn hợp.

e) Tiếp tục đun nóng sô-cô-la nóng phô mai, thỉnh thoảng khuấy đều cho đến khi đạt đến nhiệt độ mong muốn.

f) Đổ vào cốc, phủ kem tươi lên trên và rắc Parmesan bào. Phục vụ và thưởng thức!

32.Pepper Jack và sô cô la nóng cayenne

THÀNH PHẦN:

- 2 cốc sữa (sữa hoặc sữa thay thế)
- 2 thìa bột cacao
- 2 thìa đường (tuỳ khẩu vị)
- ¼ chén phô mai hạt tiêu xay
- ¼ thìa cà phê ớt cayenne (điều chỉnh theo sở thích gia vị)
- Kem đánh bông và rắc ớt cayenne để trang trí

HƯỚNG DẪN:

a) Trong chảo, đun sữa trên lửa vừa cho đến khi nóng nhưng không sôi.

b) Trong một bát nhỏ, trộn đều bột ca cao, đường và ớt cayenne.

c) Từ từ đánh hỗn hợp ca cao vào sữa nóng cho đến khi hòa quyện và mịn màng.

d) Thêm phô mai hạt tiêu xay vào sô cô la nóng và đánh cho đến khi nó tan chảy và hòa vào hỗn hợp.

e) Tiếp tục đun nóng sô-cô-la nóng phô mai, thỉnh thoảng khuấy đều cho đến khi đạt đến nhiệt độ mong muốn.

f) Đổ vào cốc, phủ kem tươi lên trên và rắc ớt cayenne. Phục vụ và thưởng thức!

33.T oblerone sô cô la nóng

THÀNH PHẦN:

- 3 thanh Toblerone hình tam giác
- ⅓ cốc Kem ngọt
- 1 Habaneros, thái nhỏ

HƯỚNG DẪN:

a) Trên lửa nhỏ, làm ấm kem và làm tan chảy sô cô la.

b) Trộn thường xuyên để tránh “điểm nóng”.

c) Lượng kem thay đổi tùy theo độ dày mong muốn khi để nguội.

d) Sau khi kem và sô cô la được trộn đều, hãy cho habaneros vào khuấy đều.

e) Để nguội và dùng kèm với phần táo hoặc lê.

34.Sôcôla nóng Ferrero Rocher

THÀNH PHẦN:

- 2 cốc sữa
- ¼ cốc kem đặc
- 4 viên sôcôla Ferrero Rocher , thái nhỏ
- Kem đánh bông (tùy chọn, để phủ lên trên)
- Bột ca cao (tùy chọn, để phủ bụi)

HƯỚNG DẪN:

a) Trong một chảo nhỏ, đun nóng sữa và kem tươi trên lửa vừa cho đến khi nóng nhưng không sôi.

b) Thêm sôcôla Ferrero Rocher cắt nhỏ vào chảo và đánh cho đến khi tan chảy và kết hợp tốt.

c) Đổ sô cô la nóng vào cốc.

d) Nếu muốn, phủ kem tươi lên trên và rắc bột ca cao.

e) Ăn nóng và thưởng thức Sôcôla nóng Ferrero Rocher đậm đà và hấp dẫn .

35.Kẹo tổ ong Sôcôla nóng

THÀNH PHẦN:

- 2 cốc sữa (sữa hoặc thực vật)
- 2 thìa bột cacao
- 2 thìa đường
- ¼ cốc kẹo tổ ong, nghiền nát
- Kem tươi và sô cô la bào để phủ lên trên (tùy chọn)

HƯỚNG DẪN:

a) Trong chảo, đun sữa trên lửa vừa cho đến khi nóng nhưng không sôi.

b) Cho bột cacao và đường vào trộn đều và mịn.

c) Thêm kẹo tổ ong nghiền nát vào hỗn hợp sô cô la nóng.

d) Tiếp tục đun nóng và khuấy đều cho đến khi kẹo tổ ong tan chảy .

e) Đổ sô cô la nóng vào cốc.

f) Phủ kem tươi và sô-cô-la bào lên trên nếu muốn.

g) Hãy thưởng thức sô cô la nóng kẹo tổ ong đậm đà và thơm ngon này vào một ngày se lạnh.

36.Sôcôla nóng phong

THÀNH PHẦN:

- ¼ cốc đường
- 1 muỗng canh cacao nướng
- ⅛ muỗng cà phê muối
- ¼ cốc nước nóng
- 1 muỗng canh bơ
- 4 cốc sữa
- 1 thìa cà phê hương cây phong
- 1 muỗng cà phê chiết xuất vani
- 12 kẹo dẻo, chia

HƯỚNG DẪN:

a) Kết hợp đường, ca cao và muối trong một cái chảo lớn. Khuấy nước nóng và bơ; Đun sôi trên lửa vừa.

b) Thêm sữa, hương phong, vani và 8 viên kẹo dẻo.

c) Đun nóng, thỉnh thoảng khuấy đều cho đến khi kẹo dẻo tan chảy .

d) Múc vào 4 cốc; trên cùng với kẹo dẻo còn lại.

37.Sôcôla nóng hoa hồng

THÀNH PHẦN:

- 2 cốc sữa (sữa hoặc sữa thay thế)
- 2 thìa bột cacao
- 2 thìa đường (tuỳ khẩu vị)
- 1 thìa cà phê nước hoa hồng
- Kem tươi và cánh hoa hồng khô để trang trí

HƯỚNG DẪN:

a) Trong chảo, đun sữa trên lửa vừa cho đến khi nóng nhưng không sôi.

b) Trong một bát nhỏ, trộn đều bột cacao và đường.

c) Khuấy đều nước hoa hồng cho đến khi hòa quyện.

d) Từ từ đánh hỗn hợp ca cao vào sữa nóng cho đến khi mịn và hòa quyện.

e) Tiếp tục đun nóng sôcôla nóng, thỉnh thoảng khuấy đều cho đến khi đạt nhiệt độ mong muốn.

f) Đổ vào cốc, phủ kem tươi lên trên và trang trí bằng cánh hoa hồng khô. Phục vụ và thưởng thức!

38.Sôcôla nóng hoa cam

THÀNH PHẦN:

- 2 cốc sữa (sữa hoặc sữa thay thế)
- 2 thìa bột cacao
- 2 thìa đường (tuỳ khẩu vị)
- 1 muỗng cà phê nước hoa cam
- Kem tươi và vỏ cam để trang trí

HƯỚNG DẪN:

a) Trong chảo, đun sữa trên lửa vừa cho đến khi nóng nhưng không sôi.

b) Trong một bát nhỏ, trộn đều bột cacao và đường.

c) Khuấy nước hoa cam cho đến khi kết hợp tốt.

d) Từ từ đánh hỗn hợp ca cao vào sữa nóng cho đến khi mịn và hòa quyện.

e) Tiếp tục đun nóng sô cô la nóng hoa cam, thỉnh thoảng khuấy đều cho đến khi đạt đến nhiệt độ mong muốn.

f) Đổ vào cốc, phủ kem tươi lên trên và trang trí bằng vỏ cam. Phục vụ và thưởng thức!

39.Sôcôla nóng Elderflower

THÀNH PHẦN:

- 2 cốc sữa (sữa hoặc sữa thay thế)
- 2 thìa bột cacao
- 2 thìa đường (tuỳ khẩu vị)
- 1 muỗng canh xi-rô hoa cơm cháy
- Kem tươi và hoa ăn được để trang trí

HƯỚNG DẪN:

a) Trong chảo, đun sữa trên lửa vừa cho đến khi nóng nhưng không sôi.

b) Trong một bát nhỏ, trộn đều bột cacao và đường.

c) Khuấy xi-rô hoa cơm cháy cho đến khi kết hợp tốt.

d) Từ từ đánh hỗn hợp ca cao vào sữa nóng cho đến khi mịn và hòa quyện.

e) Tiếp tục đun nóng sôcôla nóng hoa cơm cháy, thỉnh thoảng khuấy đều cho đến khi đạt đến nhiệt độ mong muốn.

f) Đổ vào cốc, phủ kem tươi lên trên và trang trí bằng những bông hoa ăn được. Phục vụ và thưởng thức!

40.Sôcôla nóng dâm bụt

THÀNH PHẦN:

- 2 cốc sữa (sữa hoặc sữa thay thế)
- 2 thìa bột cacao
- 2 thìa đường (tuỳ khẩu vị)
- 1 muỗng canh hoa dâm bụt khô
- Kem đánh bông và rắc cánh hoa dâm bụt để trang trí

HƯỚNG DẪN:

a) Trong chảo, đun sữa trên lửa vừa cho đến khi nóng nhưng không sôi.

b) Trong một bát nhỏ, trộn đều bột cacao và đường.

c) Thêm hoa dâm bụt khô vào sữa nóng và ngâm trong 5 phút. Loại bỏ những bông hoa dâm bụt.

d) Từ từ đánh hỗn hợp ca cao vào sữa nóng cho đến khi hòa quyện và mịn màng.

e) Tiếp tục đun nóng sôcôla nóng dâm bụt, thỉnh thoảng khuấy đều cho đến khi đạt đến nhiệt độ mong muốn.

f) Đổ vào cốc, phủ kem tươi lên trên và rắc cánh hoa dâm bụt. Phục vụ và thưởng thức!

41.Sôcôla nóng hoa oải hương

THÀNH PHẦN:

- 2 cốc sữa (sữa hoặc sữa thay thế)
- 2 thìa bột cacao
- 2 thìa đường (tuỳ khẩu vị)
- 1 thìa cà phê hoa oải hương khô
- ½ muỗng cà phê chiết xuất vani
- Kem tươi và cánh hoa oải hương để trang trí

HƯỚNG DẪN:

a) Trong chảo, đun sữa trên lửa vừa cho đến khi nóng nhưng không sôi.

b) Trong một bát nhỏ, trộn đều bột cacao và đường.

c) Thêm hoa oải hương khô vào sữa nóng và ngâm trong 5 phút. Loại bỏ những bông hoa oải hương.

d) Từ từ đánh hỗn hợp ca cao vào sữa nóng cho đến khi hòa quyện và mịn màng.

e) Khuấy chiết xuất vani.

f) Tiếp tục đun nóng sô-cô-la nóng tẩm hoa oải hương, thỉnh thoảng khuấy đều cho đến khi đạt đến nhiệt độ mong muốn.

g) Đổ vào cốc, phủ kem tươi lên trên và trang trí bằng cánh hoa oải hương. Phục vụ và thưởng thức!

42.Sôcôla nóng Matcha đen

THÀNH PHẦN:

- 1 muỗng sô-cô-la đen nóng Fairtrade
- 1 muỗng nhỏ bột Matcha
- Sữa hấp

HƯỚNG DẪN:

a) Kết hợp matcha với một chút nước nóng và trộn thành hỗn hợp sệt

b) Đổ sữa hấp vào, khuấy đều khi đổ

43. Sôcôla nóng bạc hà

THÀNH PHẦN:

- 2 cốc sữa (sữa hoặc sữa thay thế)
- 2 thìa bột cacao
- 2 thìa đường (tuỳ khẩu vị)
- ¼ chén lá bạc hà tươi
- ½ muỗng cà phê chiết xuất vani
- Kem tươi và lá bạc hà tươi để trang trí

HƯỚNG DẪN:

a) Trong chảo, đun sữa trên lửa vừa cho đến khi nóng nhưng không sôi.

b) Trong một bát nhỏ, trộn đều bột cacao và đường.

c) Thêm lá bạc hà tươi vào sữa nóng và để yên trong 5 phút. Loại bỏ lá bạc hà.

d) Từ từ đánh hỗn hợp ca cao vào sữa nóng cho đến khi hòa quyện và mịn màng.

e) Khuấy chiết xuất vani.

f) Tiếp tục đun nóng sôcôla nóng ngâm bạc hà, thỉnh thoảng khuấy cho đến khi đạt đến nhiệt độ mong muốn.

g) Đổ vào cốc, phủ kem tươi lên trên và trang trí bằng lá bạc hà tươi. Phục vụ và thưởng thức!

44.Sôcôla nóng hương thảo

THÀNH PHẦN:

- 2 cốc sữa (sữa hoặc sữa thay thế)
- 2 thìa bột cacao
- 2 thìa đường (tuỳ khẩu vị)
- 2 nhánh hương thảo tươi
- ½ muỗng cà phê chiết xuất vani
- Kem đánh bông và một nhánh hương thảo để trang trí

HƯỚNG DẪN:

a) Trong chảo, đun sữa trên lửa vừa cho đến khi nóng nhưng không sôi.

b) Trong một bát nhỏ, trộn đều bột cacao và đường.

c) Thêm nhánh hương thảo tươi vào sữa nóng và để yên trong 5 phút. Loại bỏ các nhánh hương thảo.

d) Từ từ đánh hỗn hợp ca cao vào sữa nóng cho đến khi hòa quyện và mịn màng.

e) Khuấy chiết xuất vani.

f) Tiếp tục đun nóng sô cô la nóng tẩm hương thảo, thỉnh thoảng khuấy cho đến khi đạt đến nhiệt độ mong muốn.

g) Đổ vào cốc, phủ kem tươi lên trên và trang trí bằng một nhánh hương thảo. Phục vụ và thưởng thức!

45.Sôcôla nóng húng quế

THÀNH PHẦN:

- 2 cốc sữa (sữa hoặc sữa thay thế)
- 2 thìa bột cacao
- 2 thìa đường (tuỳ khẩu vị)
- ¼ chén lá húng quế tươi
- ½ muỗng cà phê chiết xuất vani
- Kem tươi và lá húng quế tươi để trang trí

HƯỚNG DẪN:

a) Trong chảo, đun sữa trên lửa vừa cho đến khi nóng nhưng không sôi.

b) Trong một bát nhỏ, trộn đều bột cacao và đường.

c) Thêm lá húng quế tươi vào sữa nóng và ngâm trong 5 phút. Bỏ lá húng quế.

d) Từ từ đánh hỗn hợp ca cao vào sữa nóng cho đến khi hòa quyện và mịn màng.

e) Khuấy chiết xuất vani.

f) Tiếp tục đun nóng sô cô la nóng ngâm húng quế, thỉnh thoảng khuấy cho đến khi đạt đến nhiệt độ mong muốn.

g) Đổ vào cốc, phủ kem tươi lên trên và trang trí bằng lá húng quế tươi. Phục vụ và thưởng thức!

46.Sage sô cô la nóng

THÀNH PHẦN:

- 2 cốc sữa (sữa hoặc sữa thay thế)
- 2 thìa bột cacao
- 2 thìa đường (tuỳ khẩu vị)
- 2 nhánh xô thơm tươi
- ½ muỗng cà phê chiết xuất vani
- Kem đánh bông và lá xô thơm để trang trí

HƯỚNG DẪN:

a) Trong chảo, đun sữa trên lửa vừa cho đến khi nóng nhưng không sôi.

b) Trong một bát nhỏ, trộn đều bột cacao và đường.

c) Thêm nhánh cây xô thơm tươi vào sữa nóng và để yên trong 5 phút. Loại bỏ các nhánh cây xô thơm.

d) Từ từ đánh hỗn hợp ca cao vào sữa nóng cho đến khi hòa quyện và mịn màng.

e) Khuấy chiết xuất vani.

f) Tiếp tục đun nóng sô cô la nóng ngâm cây xô thơm, thỉnh thoảng khuấy cho đến khi đạt đến nhiệt độ mong muốn.

g) Đổ vào cốc, phủ kem tươi lên trên và trang trí bằng lá xô thơm. Phục vụ và thưởng thức!

47.Bánh gừng sô-cô-la nóng e

THÀNH PHẦN:

- 2 cốc sữa
- 2 thìa bột cacao
- 2 thìa đường
- ½ muỗng cà phê gừng xay
- ¼ muỗng cà phê quế xay
- ⅛ muỗng cà phê hạt nhục đậu khấu
- Kem tươi (tùy chọn)
- Mẩu bánh quy gừng (tùy chọn, để trang trí)

HƯỚNG DẪN:

a) Trong chảo, đun sữa trên lửa vừa cho đến khi nóng nhưng không sôi.

b) Thêm bột ca cao, đường, gừng xay, quế xay và hạt nhục đậu khấu vào sữa nóng.

c) Đánh đều cho đến khi tất cả nguyên liệu được kết hợp tốt và hỗn hợp mịn.

d) Tiếp tục đun nóng hỗn hợp thêm vài phút nữa cho đến khi đạt đến nhiệt độ mong muốn .

e) Đổ vào cốc và phủ kem tươi lên trên và rắc vụn bánh quy gừng nếu muốn.

48.Bánh quy gấu Pudsey Sô cô la nóng

THÀNH PHẦN:

- Pudsey (vài miếng)
- Sữa (2 cốc)
- Hỗn hợp sô cô la nóng hoặc bột ca cao (2-3 muỗng canh)
- Đường (tuỳ khẩu vị, tùy chọn)

HƯỚNG DẪN:

a) Bắt đầu bằng cách nghiền bánh quy gấu Pudsey thành từng miếng nhỏ. Bạn có thể sử dụng cây cán bột hoặc máy xay thực phẩm cho bước này.

b) Trong chảo, đun nóng sữa trên lửa vừa thấp. Thỉnh thoảng khuấy đều để tránh bị cháy.

c) Khi sữa đã nóng nhưng chưa sôi thì cho bánh quy gấu Pudsey đã nghiền nát vào nồi. Khuấy nhẹ nhàng để kết hợp.

d) Để bánh quy ngấm vào sữa khoảng 5-10 phút. Điều này sẽ giúp các hương vị hòa quyện vào nhau.

e) Sau thời gian truyền, lấy chảo ra khỏi bếp và lọc sữa để loại bỏ những miếng bánh quy lớn hơn. Bạn có thể sử dụng lưới lọc mịn hoặc vải thưa cho bước này.

f) Cho sữa trở lại nhiệt độ thấp và thêm hỗn hợp sô cô la nóng hoặc bột ca cao. Khuấy đều cho đến khi hỗn hợp mịn và hòa quyện.

g) Nếu muốn, bạn có thể thêm đường cho vừa ăn. Hãy nhớ rằng bánh quy có thể đã thêm một chút vị ngọt, vì vậy hãy điều chỉnh cho phù hợp.

h) Sau khi sô cô la nóng được đun nóng và tất cả các thành phần đã hòa quyện hoàn hảo, hãy tắt nó đi.

i) Đổ sô cô la nóng vào cốc và dùng ngay. Bạn có thể trang trí bằng kem đánh bông, rắc bột ca cao hoặc thêm vụn bánh quy để tăng thêm hương vị gấu Pudsey .

49.Bánh hạnh nhân sô cô la nóng

THÀNH PHẦN:

- 2 cốc sữa nguyên chất
- ½ cốc kem đặc
- 3 ounce sôcôla đắng, cắt nhỏ
- 2 thìa bột cacao không đường
- 2 muỗng canh đường cát
- ¼ thìa cà phê chiết xuất vani
- Chút muối
- Kem tươi (để trang trí)
- Miếng bánh brownie (để trang trí)

HƯỚNG DẪN:

a) Trong một chảo vừa, đun nóng sữa và kem đặc trên lửa vừa cho đến khi bắt đầu sôi. Đừng để nó sôi.

b) Thêm sô cô la đắng cắt nhỏ, bột ca cao, đường cát, chiết xuất vani và một chút muối vào nồi. Đánh liên tục cho đến khi sôcôla tan chảy và hỗn hợp mịn và hòa quyện.

c) Tiếp tục đun hỗn hợp trên lửa nhỏ trong khoảng 5 phút, thỉnh thoảng khuấy đều cho đến khi hỗn hợp hơi đặc lại.

d) Nhấc chảo ra khỏi bếp và đổ sô cô la nóng vào cốc.

e) Phủ một ít kem tươi lên trên mỗi cốc và rắc một ít bánh hạnh nhân lên trên kem đã đánh bông.

f) Hãy phục vụ ngay và thưởng thức món Brownie Hot Chocolate thơm ngon của bạn!

50.Sô-cô-la nóng Açaí

THÀNH PHẦN:

- 1 ½ cốc Açaí xay nhuyễn
- 1 cốc nước cốt dừa đầy đủ chất béo
- 2 ½ thìa bột cacao
- 1 muỗng cà phê chiết xuất vani
- Chút muối

HƯỚNG DẪN:

a) Thêm tất cả các thành phần vào một cái chảo nhỏ. Đánh đều để kết hợp và đun sôi trên lửa vừa cao.

b) Giảm nhiệt xuống mức trung bình thấp và tiếp tục đun sôi cho đến khi ấm qua.

c) Chia đều vào hai cốc và trang trí bằng lớp phủ ca cao nóng yêu thích của bạn!

51.Sô cô la nóng rừng đen

THÀNH PHẦN:

SÔ CÔ LA NÓNG:

- 1 cốc sữa nguyên chất
- 2 muỗng canh đường cát
- 1 ½ thìa bột cacao không đường
- 1 muỗng canh nước ép anh đào Amarena
- ½ muỗng cà phê chiết xuất vani nguyên chất
- 1/16 thìa cà phê muối biển
- 1 ½ ounce sôcôla đen cắt nhỏ 72%

HÀNG ĐẦU:

- 4 muỗng canh kem tươi đánh bông đến bông mềm
- 2 quả anh đào Amarena
- 2 muỗng cà phê sô cô la đen cuộn

HƯỚNG DẪN:

a) Thêm sữa, đường, bột ca cao, nước ép anh đào, vani và muối vào nồi nhỏ trên lửa vừa và đánh đều.

b) Sau khi đun sôi, cho sô cô la cắt nhỏ vào.

c) Đun nhỏ lửa và nấu cho đến khi hơi đặc lại, khoảng 1 phút, khuấy liên tục.

d) Đổ vào 2 cốc và phủ một nửa kem đánh bông, 1 quả anh đào và 1 thìa cà phê sô cô la lên trên mỗi cốc.

e) Phục vụ ngay lập tức.

52.Sôcôla dâu nóng

THÀNH PHẦN:

- 2 cốc sữa
- ¼ cốc si rô dâu
- 2 thìa bột cacao không đường
- 2 muỗng canh đường cát
- Kem tươi (tùy chọn)
- Dâu tây tươi để trang trí (tùy chọn)

HƯỚNG DẪN:

a) Trong một cái chảo, trộn đều sữa, xi-rô dâu, bột ca cao và đường.

b) Đặt chảo lên lửa vừa và khuấy đều cho đến khi hỗn hợp nóng và bốc khói (nhưng không sôi).

c) Tắt bếp và đổ sô cô la nóng vào cốc.

d) Phủ kem tươi lên trên và trang trí bằng dâu tây tươi nếu muốn.

53.Sôcôla nóng cam

THÀNH PHẦN:

- 2 cốc sữa
- ¼ cốc nước cam
- 2 thìa bột cacao không đường
- 2 muỗng canh đường cát
- ½ muỗng cà phê vỏ cam
- Kem tươi (tùy chọn)
- Những lát cam để trang trí (tùy chọn)

HƯỚNG DẪN:

a) Trong một cái chảo, trộn đều sữa, nước cam, bột ca cao, đường và vỏ cam.

b) Đặt chảo lên lửa vừa và khuấy đều cho đến khi hỗn hợp nóng và bốc khói (nhưng không sôi).

c) Tắt bếp và đổ sô cô la nóng vào cốc.

d) Phủ kem tươi lên trên và trang trí bằng lát cam nếu muốn.

54.Sôcôla nóng mâm xôi

THÀNH PHẦN:

- 2 cốc sữa
- ¼ cốc si-rô mâm xôi
- 2 thìa bột cacao không đường
- 2 muỗng canh đường cát
- Kem tươi (tùy chọn)
- Quả mâm xôi tươi để trang trí (tùy chọn)

HƯỚNG DẪN:

a) Trong một cái chảo, trộn đều sữa, xi-rô quả mâm xôi, bột ca cao và đường.

b) Đặt chảo lên lửa vừa và khuấy đều cho đến khi hỗn hợp nóng và bốc khói (nhưng không sôi).

c) Tắt bếp và đổ sô cô la nóng vào cốc.

d) Phủ kem tươi lên trên và trang trí bằng quả mâm xôi tươi nếu muốn.

55.Sôcôla chuối nóng

THÀNH PHẦN:

- 2 cốc sữa
- 1 quả chuối chín, nghiền nát
- 2 thìa bột cacao không đường
- 2 muỗng canh đường cát
- Kem tươi (tùy chọn)
- Lát chuối để trang trí (tùy chọn)

HƯỚNG DẪN:

a) Trong một cái chảo, trộn đều sữa, chuối nghiền, bột ca cao và đường.

b) Đặt chảo lên lửa vừa và khuấy đều cho đến khi hỗn hợp nóng và bốc khói (nhưng không sôi).

c) Tắt bếp và đổ sô cô la nóng vào cốc.

d) Phủ kem tươi lên trên và trang trí bằng lát chuối nếu muốn.

56.Sôcôla dừa nóng

THÀNH PHẦN:

- 2 cốc nước cốt dừa
- 2 thìa bột cacao không đường
- 2 muỗng canh đường cát
- ½ muỗng cà phê chiết xuất vani
- Kem tươi (tùy chọn)
- Dừa nạo để trang trí (tùy chọn)

HƯỚNG DẪN:

a) Trong một cái chảo, trộn đều nước cốt dừa, bột ca cao, đường và chiết xuất vani.

b) Đặt chảo lên lửa vừa và khuấy đều cho đến khi hỗn hợp nóng và bốc khói (nhưng không sôi).

c) Tắt bếp và đổ sô cô la nóng vào cốc.

d) Phủ kem tươi lên trên và trang trí bằng dừa vụn nếu muốn.

57.Sôcôla nóng Nutella

THÀNH PHẦN:

- ¾ cốc rượu mùi hạt dẻ
- Nutella lọ 13 ounce
- 1 lít rưỡi

HƯỚNG DẪN:

a) Đặt một nửa rưỡi vào chảo ở lửa nhỏ và thêm Nutella.

b) Nấu trong khoảng 10 phút và ngay trước khi dùng, thêm rượu mùi hạt dẻ.

58.Sôcôla nóng lấy cảm hứng từ PB&J

THÀNH PHẦN:

- 2 cốc sữa
- ¼ cốc bơ đậu phộng dạng kem
- ¼ cốc thạch mâm xôi hoặc mứt
- ¼ cốc sô-cô-la chip vừa ngọt
- 1 muỗng cà phê chiết xuất vani
- Kem tươi (tùy chọn)
- Sô cô la bào (tùy chọn)

HƯỚNG DẪN:

a) Trong một cái chảo cỡ vừa, đun nóng sữa trên lửa vừa.

b) Thêm bơ đậu phộng, thạch mâm xôi hoặc mứt, sô cô la chip và chiết xuất vani.

c) Đánh hỗn hợp liên tục cho đến khi sô-cô-la tan chảy và mọi thứ hòa quyện vào nhau .

d) Lấy chảo ra khỏi bếp và đổ hỗn hợp vào cốc.

e) Phủ kem tươi và sô-cô-la bào lên trên nếu muốn.

f) Phục vụ ngay và thưởng thức sô cô la nóng PB&J thơm ngon của bạn!

59.Sôcôla nóng chuối bơ đậu phộng

THÀNH PHẦN:

- 2 cốc sữa
- 2 thìa bột cacao
- 2 muỗng canh sô-cô-la và đậu phộng (tự làm hoặc mua ở cửa hàng)
- 1 quả chuối chín, nghiền nát
- Kem tươi (tùy chọn)
- Chuối cắt lát (tùy chọn)

HƯỚNG DẪN:

a) Trong chảo, đun sữa trên lửa vừa cho đến khi nóng nhưng không sôi.

b) Cho bột cacao vào khuấy đều cho tan.

c) Thêm sô cô la và đậu phộng vào chảo và khuấy cho đến khi tan chảy và kết hợp tốt.

d) Khuấy chuối nghiền cho đến khi hòa quyện.

e) Đổ sô cô la nóng vào cốc và phủ kem tươi và chuối cắt lát lên trên nếu muốn. Ăn nóng.

60.Sôcôla nóng đông lạnh của Serendipity

THÀNH PHẦN:

- 1 ½ thìa cà phê cacao Van Houton có đường
- 1 ½ thìa cà phê ca cao Droste
- 1 ½ thìa đường
- 1 thìa bơ ngọt
- ½ cốc sữa
- 3 ounce sô cô la có hương vị Godiva đậm và nhạt (hoặc nếm thử)
- ½ ounce mỗi loại sôcôla chất lượng cao khác nhau (chẳng hạn như Valhrona , Lindt , Callebaut , Cadbury, v.v.)
- 1 muôi đầy đủ hỗn hợp sôcôla nhập khẩu
- ½ lít sữa
- ½ lít đá xay
- Kem tươi (để phủ lên trên)
- Sôcôla bào (để trang trí)
- 2 ống hút
- muỗng cà phê đá

HƯỚNG DẪN:

a) Trong nồi hơi đôi, làm tan chảy ca cao Van Houton có đường , ca cao Droste , đường và bơ ngọt, khuấy đều cho đến khi tạo thành hỗn hợp sệt mịn.

b) Thêm sô cô la có hương vị Godiva đậm và nhạt và nhiều loại sôcôla chất lượng cao khác nhau vào nồi đun đôi. Tiếp tục đun chảy sôcôla, thêm dần sữa vào trong khi khuấy liên tục cho đến khi hỗn hợp mịn.

c) Để hỗn hợp nguội đến nhiệt độ phòng. Sau khi nguội, chuyển nó vào máy xay 1 lít.

d) Thêm một muôi hỗn hợp gồm sôcôla nhập khẩu, ½ lít sữa và đá nghiền vào máy xay.

e) Trộn tất cả các thành phần cho đến khi hỗn hợp đạt được độ đặc mong muốn. Nếu nó trở nên quá đặc, bạn có thể thêm nhiều sữa hoặc đá để điều chỉnh.

f) Đổ Sôcôla nóng đông lạnh vào bát bưởi hoặc ly phục vụ.

g) Phủ một lớp kem tươi lên trên và rắc sô cô la bào lên trên kem đánh bông.

h) Chèn hai ống hút vào Sôcôla nóng đông lạnh để nhấm nháp và dùng với một thìa cà phê đá để thưởng thức.

61.Sôcôla nóng Amaretto

THÀNH PHẦN:

- 1 ½ ounce rượu mùi Amaretto
- 6 ounce sô-cô-la nóng
- kem tươi (tùy chọn)
- sô cô la bào (tùy chọn)

HƯỚNG DẪN:

a) Thêm rượu mùi Amaretto vào cốc.
b) Đổ sô cô la nóng lên Amaretto.
c) Khuấy để kết hợp.
d) Phủ kem tươi và sô-cô-la bào lên trên nếu muốn.

62.Sôcôla nóng ngâm rượu

THÀNH PHẦN:

- ½ cốc sữa nguyên kem
- ½ cốc rưỡi
- ¼ cốc sôcôla đen
- ½ cốc Shiraz
- Một vài giọt chiết xuất vani
- 1 thìa đường
- Chút muối nhỏ

HƯỚNG DẪN:

a) Kết hợp sữa, nửa rưỡi, sô cô la đen, chiết xuất vani và muối vào chảo trên lửa nhỏ.

b) Khuấy liên tục để sô-cô-la ở dưới đáy không bị cháy, cho đến khi tan hoàn toàn .

c) Sau khi đã nguội và nóng, hãy tắt bếp và đổ vino vào.

d) Trộn đều.

e) Nếm thử sô cô la nóng và điều chỉnh vị ngọt bằng đường.

f) Đổ vào cốc sô cô la nóng và dùng ngay.

63.Sôcôla nóng bạc hà cay

THÀNH PHẦN:

- 1 cốc sữa
- ¼ cốc kem đặc
- 4 ounce sôcôla bán ngọt, cắt nhỏ
- ¼ thìa cà phê chiết xuất bạc hà
- 2 ounce rượu schnapp bạc hà

HƯỚNG DẪN:

a) Trong chảo, đun nóng sữa và kem đặc trên lửa vừa cho đến khi nóng nhưng không sôi.

b) Nhấc chảo ra khỏi bếp và thêm sô cô la cắt nhỏ vào. Khuấy cho đến khi tan chảy và mịn.

c) Khuấy chiết xuất bạc hà và rượu schnapps bạc hà.

d) Đổ vào cốc và trang trí bằng kem đánh bông và kẹo bạc hà nghiền nếu muốn.

64.Sôcôla nóng kem Ailen Baileys

THÀNH PHẦN:

- 1 cốc sữa
- ¼ cốc kem đặc
- 2 ounce sôcôla bán ngọt, cắt nhỏ
- 1 ounce kem Ailen Baileys

HƯỚNG DẪN:

a) Trong chảo, đun nóng sữa và kem đặc trên lửa vừa cho đến khi nóng nhưng không sôi.

b) Nhấc chảo ra khỏi bếp và thêm sô cô la cắt nhỏ vào. Khuấy cho đến khi tan chảy và mịn.

c) Khuấy kem Baileys Ailen.

d) Đổ vào cốc và phủ kem tươi hoặc kẹo dẻo lên trên nếu muốn.

65.RumChata Sôcôla nóng có gia vị

THÀNH PHẦN:

- 1 cốc sữa
- ¼ cốc kem đặc
- 2 ounce sôcôla bán ngọt, cắt nhỏ
- ½ muỗng cà phê quế xay
- RumChata 1 ounce

HƯỚNG DẪN:

a) Trong chảo, đun nóng sữa và kem đặc trên lửa vừa cho đến khi nóng nhưng không sôi.

b) Nhấc chảo ra khỏi bếp và thêm sô cô la cắt nhỏ vào. Khuấy cho đến khi tan chảy và mịn.

c) Khuấy quế xay và RumChata .

d) Đổ vào cốc và trang trí với một ít quế hoặc kem đánh bông, nếu muốn.

66.Sôcôla nóng cam có gia vị

THÀNH PHẦN:

- 1 cốc sữa
- ¼ cốc kem đặc
- 2 ounce sôcôla đen, xắt nhỏ
- Vỏ của 1 quả cam
- ¼ muỗng cà phê quế xay
- 1 ounce Grand Marnier

HƯỚNG DẪN:

a) Trong chảo, đun nóng sữa và kem đặc trên lửa vừa cho đến khi nóng nhưng không sôi.

b) Nhấc chảo ra khỏi bếp và thêm sô cô la đen cắt nhỏ vào. Khuấy cho đến khi tan chảy và mịn.

c) Khuấy vỏ cam, quế xay và Grand Marnier.

d) Đổ vào cốc và trang trí bằng vỏ cam hoặc kem đánh bông, nếu muốn.

67.Sôcôla nóng Aztec cay với rượu Tequila

THÀNH PHẦN:

- 1 cốc sữa
- ¼ cốc kem đặc
- 2 ounce sôcôla đen, xắt nhỏ
- ¼ muỗng cà phê quế xay
- ⅛ thìa cà phê ớt bột (gia giảm tùy khẩu vị)
- 1 ounce rượu tequila

HƯỚNG DẪN:

a) Trong chảo, đun nóng sữa và kem đặc trên lửa vừa cho đến khi nóng nhưng không sôi.

b) Nhấc chảo ra khỏi bếp và thêm sô cô la đen cắt nhỏ vào. Khuấy cho đến khi tan chảy và mịn.

c) Khuấy quế xay, bột ớt và rượu tequila.

d) Đổ vào cốc và trang trí với một ít bột ớt hoặc kem đánh bông, nếu muốn.

CÀ PHÊ

68.Cà phê Espresso

THÀNH PHẦN:

- 14-16 gam hạt cà phê espresso chất lượng cao
- Nước lọc

HƯỚNG DẪN:

SỬ DỤNG MÁY Espresso:

a) Bật nguồn máy pha cà phê espresso của bạn và để máy đạt đến nhiệt độ làm nóng trước mong muốn.

b) Trong khi máy đang nóng lên, hãy đong 14-16 gam hạt cà phê espresso và xay cho đến khi chúng giống như muối ăn mịn.

c) Phân phối và đóng gói chắc chắn cà phê xay vào giỏ portafilter , đảm bảo bề mặt bằng phẳng.

d) Lắp portafilter vào đầu nhóm của máy.

e) Đặt hai tách cà phê espresso đã được làm ấm trước dưới vòi.

f) Bắt đầu quá trình khai thác. Một tách espresso tiêu chuẩn sẽ mất khoảng 25-30 giây để chiết xuất, tạo ra khoảng 1-2 ounce (30-60 ml) chất lỏng mỗi lần uống.

g) Phục vụ cà phê espresso mới pha ngay lập tức.

SỬ DỤNG MÁY BAY:

h) Đun sôi nước và để nguội trong một phút để đạt nhiệt độ trong khoảng 195-205°F (90-96°C).

i) Gắn bộ lọc giấy vào nắp Aeropress và cố định nó vào buồng.

j) Thêm 14-16 gram cà phê xay mịn vào Aeropress .

k) Nhẹ nhàng đổ khoảng 1-2 ounce (30-60 ml) nước nóng lên bã cà phê, để chúng nở trong khoảng 30 giây.

l) Khuấy nhẹ nhàng, sau đó thêm phần nước nóng còn lại.

m) Gắn pít tông vào Aeropress và cẩn thận ấn xuống để chiết cà phê espresso vào cốc phục vụ của bạn.

SỬ DỤNG NỒI MOKA (Máy pha cà phê STOVETOP):

n) Đổ đầy nước vào khoang dưới cùng của bình Moka , đổ đầy nước đến van an toàn.

o) Cho 14-16 gram cà phê xay mịn vào giỏ lọc.

p) Lắp bình Moka và đặt nó lên bếp đun ở nhiệt độ vừa phải.

q) Khi nước ở khoang dưới nóng lên, nó sẽ tạo ra áp suất, đẩy espresso qua giỏ lọc.

r) Theo dõi quá trình, khi nghe thấy tiếng rít, hãy nhanh chóng lấy bình Moka ra khỏi bếp để tránh chiết quá mức.

s) Rót cà phê espresso mới pha vào cốc của bạn.

69.Ca phê phin

THÀNH PHẦN:

- 2 bộ lọc giấy
- 2 đến 4 thìa cà phê xay vừa
- Nước lọc

THIẾT BỊ:

- Máy pha cà phê nhỏ giọt thông thường
- Bộ lọc tiêu chuẩn

HƯỚNG DẪN:

a) Đảm bảo máy pha cà phê nhỏ giọt của bạn sạch sẽ và sẵn sàng để sử dụng.

b) Xác minh rằng bạn có sẵn hạt cà phê tươi và nước lọc.

c) Chèn hai bộ lọc giấy vào ngăn lọc của máy pha cà phê nhỏ giọt của bạn. Ngay cả khi máy pha cà phê của bạn có bộ lọc cố định, việc sử dụng bộ lọc giấy có thể mang lại hương vị mượt mà hơn.

d) Đong 1 đến 2 thìa cà phê xay vừa cho mỗi tách cà phê nặng 6 ounce. Đối với 2 phần ăn, bạn sẽ cần 4 đến 8 thìa bã cà phê. Điều chỉnh số lượng theo sức mạnh ưa thích của bạn.

e) Đổ đầy nước lọc vào bình của máy pha cà phê, điều chỉnh lượng nước phù hợp với số cốc bạn muốn pha. Thông thường, đối với 2 phần ăn, bạn sẽ cần khoảng 12 đến 16 ounce nước.

f) Kích hoạt máy pha cà phê và để nó pha. Thời gian pha có thể khác nhau tùy thuộc vào máy của bạn, nhưng thường mất khoảng 4 đến 10 phút để máy pha cà phê nhỏ giọt hoàn tất quy trình.

g) Sau khi quá trình pha cà phê kết thúc, hãy nhanh chóng lấy nồi hoặc cốc ra khỏi đĩa nóng hoặc đầu đốt của máy pha cà phê. Để nó trên đầu đốt có thể dẫn đến mùi vị cháy.

h) Đổ cà phê nhỏ giọt mới pha vào cốc hoặc cốc của bạn. Tùy chỉnh nó với kem, đường hoặc các hương liệu khác theo sở thích của bạn.

i) Sau khi thưởng thức cà phê, hãy nhớ vệ sinh máy pha cà phê thường xuyên. Hỗn hợp giấm trắng và nước là cách hiệu quả để duy trì độ sạch và ngăn mùi hoặc hương vị không mong muốn.

j) Để có kết quả tối ưu, hãy chuẩn bị cà phê nhỏ giọt ngay trước khi pha thay vì sử dụng chức năng hẹn giờ. Điều này đảm bảo bạn sẽ được trải nghiệm hương vị cà phê tươi ngon nhất.

70.Quán cà phê au lait

THÀNH PHẦN:

- 3 thìa cà phê hòa tan
- 1 cốc sữa
- 1 cốc kem nhẹ
- 2 cốc nước sôi

HƯỚNG DẪN:

a) Bắt đầu bằng cách làm ấm sữa và kem nhẹ nhàng ở nhiệt độ thấp cho đến khi đạt nhiệt độ nóng.

b) Khi sữa và kem đang ấm lên, hòa tan cà phê hòa tan vào nước sôi.

c) Ngay trước khi phục vụ, hãy sử dụng máy đánh quay để đánh hỗn hợp sữa đã đun nóng cho đến khi nó chuyển thành dạng bọt đặc.

d) Tiếp theo, lấy một bình đã được làm ấm trước và đổ hỗn hợp sữa sủi bọt vào đó. Đồng thời, đổ cà phê đã pha vào bình đựng riêng.

e) Khi bạn chuẩn bị phục vụ, hãy đổ đầy cốc bằng cách rót đồng thời từ cả hai bình, để các dòng nước hòa quyện khi bạn rót.

71.Americano cổ điển

THÀNH PHẦN:

- 1 ly espresso
- Nước nóng

HƯỚNG DẪN:

a) Chuẩn bị một tách espresso bằng cách pha nó.

b) Điều chỉnh độ mạnh của espresso theo ý thích của bạn bằng cách thêm nước nóng.

c) Dùng nguyên hoặc tăng hương vị bằng kem và đường nếu muốn.

72.Macchiato

THÀNH PHẦN:

- 2 ly espresso (2 ounce)
- 2 ounce (¼ cốc) bọt từ sữa nguyên chất

HƯỚNG DẪN:

a) Sử dụng máy pha cà phê espresso hoặc máy pha cà phê espresso thủ công để pha một ly cà phê espresso.

b) Chuyển espresso vào cốc. Ngoài ra, hãy cân nhắc sử dụng Aeropress để pha cà phê espresso.

c) Nếu bạn sử dụng máy pha cà phê espresso, hãy đun nóng ½ cốc sữa cho đến khi sôi. Cuối cùng bạn sẽ chỉ cần ¼ cốc bọt sữa.

d) Làm ấm sữa đến nhiệt độ 150 độ F; Khi chạm vào sẽ có cảm giác nóng nhưng không nên sôi lăn tăn. Bạn có thể đo nhiệt độ này bằng nhiệt kế thực phẩm hoặc bằng cách kiểm tra bằng ngón tay.

e) Sử dụng máy pha cà phê espresso, máy tạo bọt sữa , máy ép kiểu Pháp hoặc máy đánh trứng để đánh bọt sữa thành những bong bóng nhỏ, đồng đều.

f) Đối với macchiato, hãy cố gắng tạo ra một lượng lớn "bọt khô", tức là loại bọt xốp thoáng mát. Máy tạo bọt sữa đặc biệt hiệu quả để đạt được loại bọt này.

g) Dùng thìa cẩn thận hớt bỏ lớp bọt trên cùng (bọt khô) và nhẹ nhàng đặt lên trên espresso. Bạn nên sử dụng khoảng ¼ cốc bọt cho một lần dùng.

73.Mocha

THÀNH PHẦN:

- 18g cà phê espresso xay hoặc 1 viên cà phê espresso
- 250ml sữa
- 1 muỗng cà phê uống sô cô la

HƯỚNG DẪN:

a) Pha khoảng 35ml cà phê espresso bằng máy pha cà phê và đổ vào đáy cốc. Thêm sô cô la uống và trộn kỹ cho đến khi nó trở nên mịn.

b) Dùng phụ kiện nồi hấp để đánh sữa cho đến khi nổi bọt khoảng 4-6cm trên bề mặt. Giữ bình sữa có vòi cao hơn cốc khoảng 3-4cm và rót sữa theo dòng đều đặn.

c) Khi mức chất lỏng trong cốc tăng lên, hãy đưa bình sữa càng gần bề mặt đồ uống càng tốt đồng thời hướng bình về phía giữa.

d) Khi bình sữa gần chạm vào bề mặt cà phê, hãy nghiêng bình để rót nhanh hơn. Trong khi làm điều này, sữa sẽ chạm vào thành cốc và tự gập lại một cách tự nhiên, tạo thành hoa văn trang trí trên cốc mocha của bạn.

74.Cà phê gia vị Mexico

THÀNH PHẦN:

- 6 đinh hương
- 6 thìa cà phê pha
- 6 Vỏ cam thái sợi
- 3 que quế
- ¾ chén đường nâu, đóng gói chắc chắn
- Kem tươi (tùy chọn)

HƯỚNG DẪN:

a) Trong một cái chảo lớn, đun nóng 6 cốc nước cùng với đường nâu, thanh quế và đinh hương trên lửa vừa cao cho đến khi hỗn hợp nóng lên nhưng cẩn thận không để sôi.

b) Cho cà phê vào và đun sôi hỗn hợp, thỉnh thoảng khuấy trong 3 phút.

c) Lọc cà phê qua rây mịn và cho vào cốc cà phê, trang trí bằng vỏ cam.

d) Phủ kem tươi lên trên nếu muốn.

75. Hồng Kông Nguyên Dương

THÀNH PHẦN:

- 2 thìa sữa đặc có đường
- 1 shot espresso (khoảng 1 ounce)
- 1 tách trà đen pha (khoảng 8 ounce)
- Đá viên (tùy chọn)

HƯỚNG DẪN:

a) Bắt đầu quá trình bằng cách ngâm một tách trà đen. Bạn có thể lựa chọn sử dụng trà túi lọc hoặc trà lá rời.

b) Để trà ngấm trong thời gian khuyến nghị, thường là 3-5 phút, tùy thuộc vào loại trà được chọn. Đảm bảo trà đạt được đặc tính đậm đà và hương vị.

c) Trong khi trà đang được pha, hãy chuẩn bị một tách cà phê espresso bằng máy pha cà phê espresso.

d) Khi cả trà và cà phê espresso đều đã sẵn sàng, hãy trộn chúng một cách hài hòa trong ly hoặc cốc.

e) Cho sữa đặc có đường vào hỗn hợp. Bắt đầu với 2 muỗng canh và điều chỉnh theo mức độ ngọt ưa thích của bạn.

f) Để có một biến thể đá của Yuanyang , hãy cho đá viên vào ly.

g) Khuấy kỹ để hòa trộn tất cả các thành phần và tạo cảm giác mát lạnh sảng khoái cho đồ uống.

h) Thưởng thức Hong Kong Yuanyang của bạn ! Đó là sự kết hợp thú vị giữa cà phê và trà, được tăng cường bởi vị đậm đà mượt mà của sữa đặc, mang đến hương vị đặc biệt và hài lòng.

76. Cortado Tây Ban Nha

THÀNH PHẦN:

- 1 ly espresso
- Một lượng sữa ấm tương đương

HƯỚNG DẪN:

a) Chuẩn bị một tách espresso.

b) Đun nóng nhẹ một lượng sữa tương đương.

c) Kết hợp cả hai, đảm bảo chúng cân bằng như nhau.

77. Granita Al Caffe Ý

THÀNH PHẦN:

- Kem tươi (tùy chọn)
- ¼ cốc nước
- 2 tách cà phê đậm đặc mới pha (khoảng 16 ounce)
- ½ chén đường cát
- Hạt cà phê hoặc bột ca cao để trang trí (tùy chọn)

HƯỚNG DẪN:

a) Bắt đầu bằng cách pha một tách cà phê đậm đặc bằng máy pha cà phê hoặc phương pháp ưa thích của bạn. Để có hương vị phong phú nhất, hãy chọn hạt cà phê mới xay.

b) Trong khi pha cà phê, hãy chuẩn bị xi-rô đơn giản. Trong một cái chảo nhỏ, kết hợp đường và nước. Đun hỗn hợp trên lửa vừa, khuấy liên tục cho đến khi đường tan hoàn toàn. Sau khi hòa tan, loại bỏ nhiệt và để nguội đến nhiệt độ phòng.

c) Để cà phê mới pha nguội đến nhiệt độ phòng.

d) Trộn cà phê đã nguội và xi-rô đơn giản vào tô trộn. Khuấy kỹ để đảm bảo xi-rô hòa quyện đều. Nếm thử và điều chỉnh độ ngọt khi cần bằng cách thêm nhiều xi-rô.

e) Chuyển hỗn hợp cà phê vào hộp đựng hoặc đĩa nướng nông, an toàn trong tủ đông. Diện tích bề mặt càng lớn thì nó sẽ đóng băng càng nhanh.

f) Đặt hộp đựng vào tủ đông và để trong khoảng 1 giờ. Sau một giờ, lấy nó ra và dùng nĩa để cạo các cạnh đông lạnh, làm vỡ các tinh thể băng đã hình thành. Khuấy hỗn hợp để phân bố đều các tinh thể băng.

g) Lặp lại quá trình này sau mỗi 30 phút, cạo và khuấy trong khoảng 3-4 giờ hoặc cho đến khi granita đạt được kết cấu mềm như băng.

h) Sau khi granita đông lạnh hoàn toàn và có độ mịn như đá, nó đã sẵn sàng để được phục vụ.

i) Múc Granita al Caffè của Ý vào ly hoặc bát. Nếu muốn, hãy tăng cường mỗi khẩu phần bằng một ít kem đánh bông và trang trí bằng hạt cà phê hoặc rắc bột ca cao để nâng cao cả hương vị và cách trình bày.

j) món Granita al Caffè kiểu Ý của bạn ngay lập tức và thưởng thức món cà phê đá lạnh thú vị này!

78.Cà phê trứng Việt Nam

THÀNH PHẦN:

- 1 quả trứng
- 3 thìa cà phê bột cà phê Việt Nam
- 2 muỗng cà phê sữa đặc có đường
- Nước sôi

HƯỚNG DẪN:

a) Pha một cốc nhỏ cà phê Việt Nam.

b) Trứng tách riêng, chỉ giữ lại lòng đỏ.

c) Cho lòng đỏ và sữa đặc có đường vào một chiếc bát nhỏ, sâu lòng, sau đó đánh mạnh cho đến khi đạt được hỗn hợp bông xốp, sủi bọt.

d) Thêm một thìa cà phê đã pha vào và đánh đều.

e) Trong một cốc cà phê trong suốt, đổ cà phê đã pha của bạn vào, sau đó thêm hỗn hợp trứng mịn lên trên.

79.Cà phê trứng Thụy Điển

THÀNH PHẦN:

- 1 quả trứng nguyên quả (bao gồm cả vỏ)
- ½ chén hạt cà phê xay thô
- 3 cốc nước lạnh

HƯỚNG DẪN:

a) Bắt đầu bằng cách nghiền nát toàn bộ quả trứng, kể cả vỏ, dùng nĩa hoặc vồ. Vỏ nghiền sẽ giúp cà phê trong và giảm vị đắng.

b) Trong một tô trộn, trộn hạt cà phê xay thô với trứng nghiền và vỏ trứng.

c) Khuấy bã cà phê và vỏ trứng với nhau cho đến khi tạo thành hỗn hợp giống như bã cà phê ẩm.

d) Đun nóng 3 cốc nước lạnh trong nồi cho đến khi sôi.

e) Khi nước đạt đến điểm sôi, cho hỗn hợp cà phê-trứng vào nước sôi. Khuấy nhẹ một chút.

f) Giảm nhiệt xuống mức thấp, đậy nắp chảo và để sôi trong khoảng 5 phút. Hãy thận trọng để tránh mọi rủi ro khi đun sôi.

g) Sau thời gian đun sôi, rút chảo ra khỏi nguồn nhiệt và để yên trong một hoặc hai phút để bã cà phê lắng xuống đáy.

h) Với sự cẩn thận và bàn tay chắc chắn, nhẹ nhàng rót cà phê đã lọc vào bình cà phê hoặc bình phục vụ. Phần lớn vỏ trứng nghiền và bã cà phê sẽ còn lại trong nồi.

i) Phục vụ Cà phê trứng Thụy Điển nóng hổi của bạn , ở dạng nguyên chất hoặc được tùy chỉnh với sữa, kem hoặc chất làm ngọt mà bạn lựa chọn.

80.Cà phê Thổ Nhĩ Kì

THÀNH PHẦN:

- ¾ cốc nước
- 1 thìa đường
- 1 thìa cà phê bột
- 1 quả bạch đậu khấu

HƯỚNG DẪN:

a) Đun sôi nước và đường trong Ibrik .
b) Tắt lửa và cho cà phê và bạch đậu khấu vào.
c) Khuấy kỹ và đặt lại trên bếp lửa.
d) Sau khi cà phê nổi bọt, hãy tắt bếp và để bã lắng xuống.
e) Lặp lại hai lần nữa. Đổ vào cốc.
f) Bã cà phê phải lắng xuống trước khi uống.
g) Bạn có thể phục vụ cà phê với vỏ bạch đậu khấu trong cốc - tùy bạn chọn.

81.Latte quế vani

THÀNH PHẦN:

- 1 muỗng canh xi-rô vani
- 1 tách espresso hoặc 1 tách cà phê đậm
- ¼ muỗng cà phê quế xay
- 1 cốc sữa hấp

HƯỚNG DẪN:

a) Chuẩn bị một tách espresso hoặc một tách cà phê đậm đặc.
b) Khuấy xi-rô vani và quế xay.
c) Đổ sữa hấp vào và khuấy đều.
d) Hãy thưởng thức Latte Quế Vanilla của bạn!

82.Cà phê trứng

THÀNH PHẦN:

- ½ cốc rượu trứng
- 1 tách cà phê nóng bốc khói
- Một nhúm hạt nhục đậu khấu (để trang trí)

HƯỚNG DẪN:

a) Chuẩn bị một tách cà phê đậm đà.
b) Đun nóng eggnog cho đến khi nóng.
c) Kết hợp cà phê nóng và rượu trứng nóng.
d) Rắc một chút hạt nhục đậu khấu lên trên.
e) Thưởng thức cà phê Eggnog của bạn!

83.C innamon và cà phê gia vị bí ngô

THÀNH PHẦN:

- 1 tách cà phê gia vị bí ngô pha
- ½ cốc sữa
- Một nhúm hạt nhục đậu khấu
- 2 thìa bí ngô nguyên chất xay nhuyễn
- 1-2 muỗng canh xi-rô cây phong hoặc đường nâu
- Kem tươi (tùy chọn)
- ¼ thìa cà phê quế xay
- Thanh quế hoặc quế xay để trang trí (tùy chọn)

HƯỚNG DẪN:

a) Pha một tách cà phê gia vị bí ngô bằng máy pha cà phê hoặc phương pháp ưa thích của bạn.

b) Trong một cái chảo nhỏ trên lửa vừa, đánh đều sữa, bí ngô nguyên chất xay nhuyễn, xi-rô cây phong hoặc đường nâu, quế xay và một chút hạt nhục đậu khấu xay. Đun nóng hỗn hợp nhưng không sôi, khuấy liên tục để đảm bảo hỗn hợp hòa quyện.

c) Đổ cà phê gia vị bí ngô đã pha vào cốc cà phê.

d) Cẩn thận đổ hỗn hợp sữa bí ngô vào cà phê, khuấy đều để hòa quyện.

e) Nếu bạn thích, hãy phủ lên hỗn hợp bí ngô quế mùa thu của bạn một ít kem đánh bông.

f) Nâng cao trình bày và hương vị bằng cách trang trí bằng một thanh quế hoặc một lớp quế xay.

84. Log Cabin Latte

THÀNH PHẦN:

- ¼ thìa cà phê quế xay và nhiều hơn nữa để trang trí
- 1 ly espresso
- ½ cốc sữa
- 1 muỗng canh xi-rô cây phong nguyên chất
- Kem tươi (tùy chọn)

HƯỚNG DẪN:

a) Pha một tách cà phê espresso hoặc chuẩn bị một tách cà phê đậm đặc.

b) Trong khi đang pha cà phê espresso hoặc cà phê, hãy đun nóng ½ cốc sữa trong một cái chảo nhỏ trên lửa nhỏ đến trung bình.

c) Trong một hộp đựng riêng, trộn 1 thìa xi-rô cây phong nguyên chất và ¼ thìa cà phê quế xay.

d) Đổ cà phê espresso hoặc cà phê đã pha vào cốc cà phê.

e) Cho hỗn hợp xi-rô phong và quế vào cà phê, khuấy kỹ để hòa quyện hoàn toàn.

f) Tiếp theo, nhẹ nhàng đổ sữa ấm sủi bọt vào hỗn hợp cà phê, dùng thìa giữ lại bọt ban đầu và để sữa chảy ra trước.

g) máy tạo bọt sữa , hãy cân nhắc sử dụng nó để tăng độ bọt của sữa trước khi thêm vào cà phê để có kết cấu kem đặc biệt.

h) Nếu bạn muốn, hãy tô điểm cho Latte Log Cabin của bạn bằng một ít kem đánh bông và một ít bột quế xay để nâng cao cả hương vị lẫn sức hấp dẫn thị giác của nó.

i) Khuấy nhẹ và Log Cabin Latte của bạn đã sẵn sàng để thưởng thức!

85. Mocha Marshmallow nướng

THÀNH PHẦN:

- 1 tách espresso hoặc ½ tách cà phê đậm đặc
- ½ cốc sữa
- 2 muỗng canh xi-rô sô-cô-la
- ¼ cốc hỗn hợp sô cô la nóng hoặc ca cao
- ¼ cốc kẹo dẻo nhỏ
- Kem tươi (tùy chọn)
- Sô cô la bào (tùy chọn)

HƯỚNG DẪN:

a) Pha một tách cà phê espresso hoặc chuẩn bị một tách cà phê đậm đặc. Sử dụng máy pha cà phê espresso hoặc máy pha cà phê.

b) Trong khi pha cà phê, hãy chuẩn bị sô-cô-la nóng. Bạn có thể làm điều này bằng cách trộn ¼ cốc nước nóng với hỗn hợp sôcôla nóng hoặc ca cao trong một hộp đựng riêng. Khuấy đều cho đến khi hòa tan tốt.

c) Trong một cái chảo nhỏ, đun nóng ½ cốc sữa trên lửa nhỏ đến vừa cho đến khi nóng nhưng không sôi. Nếu bạn có máy tạo bọt sữa , hãy đánh sữa để có kết cấu kem đặc hơn.

d) Bắt đầu bằng cách thêm một tách espresso hoặc cà phê pha vào cốc cà phê.

e) Trộn 2 thìa xi-rô sô-cô-la vào cà phê, đảm bảo chúng hòa quyện tốt.

f) Đổ dần sô cô la nóng đã chuẩn bị vào hỗn hợp cà phê và khuấy đều để hương vị hòa quyện.

g) Cẩn thận khi đổ sữa nóng, sủi bọt vào hỗn hợp cà phê, đồng thời dùng thìa giữ lại bọt cho đến khi sữa chảy ra.

h) Tùy chỉnh Mocha Marshmallow nướng của bạn với kẹo dẻo nhỏ theo ý muốn của bạn, thêm bao nhiêu tùy thích.

i) Để có cảm giác dễ chịu hơn, nếu bạn muốn, hãy phủ lên trên một ít kem đánh bông và rắc sô cô la vụn.

j) Nếu có đèn khò, bạn có thể nướng nhẹ kẹo dẻo lên trên cho đến khi chúng chuyển sang màu nâu vàng và hơi giòn. Tập thể dục cẩn thận để tránh bị bỏng.

k) Cuối cùng, dùng ống hút hoặc thìa dài, khuấy nhẹ và thưởng thức Mocha Marshmallow nướng thơm ngon của bạn!

86.Mocktail Mocha bạc hà

THÀNH PHẦN:

- 1 ly espresso
- 1 ounce xi-rô sô-cô-la
- ½ ounce xi-rô bạc hà
- Khối nước đá
- Sữa hoặc kem (tùy chọn)

HƯỚNG DẪN:

a) Lắc espresso, xi-rô sô-cô-la và xi-rô bạc hà với đá.
b) Thêm sữa hoặc kem nếu muốn.

87.Máy làm mát cà phê dừa

THÀNH PHẦN:

- ½ cốc cà phê ủ lạnh
- ½ cốc nước cốt dừa
- 2 thìa mật ong
- Khối nước đá

HƯỚNG DẪN:

a) Trộn cà phê, nước cốt dừa và mật ong trên đá.

88. Cà phê gia vị cam

THÀNH PHẦN:

- 1 cốc cà phê pha nóng
- ½ muỗng cà phê vỏ cam
- ¼ thìa cà phê quế

HƯỚNG DẪN:

a) Bắt đầu bằng cách pha một tách cà phê yêu thích của bạn. Bạn có thể sử dụng máy pha cà phê nhỏ giọt, máy ép kiểu Pháp hoặc bất kỳ phương pháp nào khác mà bạn thích. Hãy chắc chắn rằng nó nóng và mới được ủ để có hương vị tốt nhất.

b) Thêm vỏ cam. Vỏ cam sẽ truyền vào cà phê hương thơm và hương vị cam quýt thú vị.

c) Tiếp theo, thêm ¼ thìa cà phê quế vào cà phê của bạn.

d) Dùng thìa hoặc que khuấy trộn đều vỏ cam và quế vào cà phê. Đảm bảo các thành phần được kết hợp tốt để tạo ra một hương vị cân bằng.

e) Cà phê Orange Spice của bạn bây giờ đã sẵn sàng để thưởng thức.

89.Mocktail caramel Macchiato

THÀNH PHẦN:

- 1 ly espresso
- 1 ounce xi-rô caramel
- ½ cốc sữa
- Khối nước đá

HƯỚNG DẪN:

a) Lắc cà phê espresso và xi-rô caramel với đá.
b) Đổ sữa lên trên.

90.Cà phê hạnh nhân đá

THÀNH PHẦN:

- ½ cốc kem đặc, đánh bông
- ½ muỗng cà phê chiết xuất hạnh nhân
- Khối nước đá
- 2 thìa sữa đặc có đường
- 1 cốc rưỡi
- 1 thìa đường
- 2 tách cà phê
- Hạnh nhân cắt lát, để trang trí

HƯỚNG DẪN:

a) Cho cà phê, nửa rưỡi, sữa đặc, đường và chiết xuất hạnh nhân vào bình.

b) Đổ đá vào 4 ly hoặc cốc.

c) Phủ kem tươi lên trên mỗi phần và trang trí với vài lát hạnh nhân.

91. Cà phê phong đá

THÀNH PHẦN:

- ¼ cốc kem đặc, đánh bông
- 1 cốc cà phê mới pha
- 3 thìa si rô cây phong Đá viên

HƯỚNG DẪN:

a) Trộn xi-rô phong vào cà phê và đổ đá vào.
b) Đặt kem tươi lên trên.

92.Mochaccino đá

THÀNH PHẦN:

- 1 cốc kem vani hoặc sữa chua đông lạnh
- 1 thìa đường
- ¼ cốc kem đặc, đánh nhẹ
- ½ cốc espresso đã pha, để lạnh
- 6 muỗng canh xi-rô sô-cô-la
- ½ cốc sữa

HƯỚNG DẪN:

a) Cho cà phê espresso, xi-rô sô-cô-la, đường và sữa vào máy xay sinh tố, sau đó xay cho đến khi chúng hòa quyện với nhau.

b) Cho kem hoặc sữa chua vào hỗn hợp và trộn cho đến khi đạt được độ sệt mịn.

c) Chia hỗn hợp thu được vào hai ly đã ướp lạnh và trang trí mỗi ly bằng kem đánh bông và sô cô la cuộn hoặc rắc quế hoặc ca cao.

93.Cà phê đá đắng

THÀNH PHẦN:

- Vị đắng , vừa miệng
- ½ muỗng cà phê chiết xuất vani
- 2 thìa cà phê đường
- 6 ounce cà phê
- Khối nước đá
- Kem đánh bông hoặc nửa rưỡi (tùy chọn)

HƯỚNG DẪN:

a) Kết hợp vị đắng, vani và đường với cà phê cho đến khi hỗn hợp trở thành xi-rô đặc.

b) Cho 2½ thìa cà phê hỗn hợp này vào mỗi 6 ounce cà phê. Phục vụ trên đá.

c) Phủ kem đã đánh bông hoặc nửa rưỡi lên trên đồ uống nếu bạn muốn.

TRUYỀN THẢO DƯỢC VÀ TRÀ

94. Trà dâm bụt táo

THÀNH PHẦN:

- ½ cốc nước táo
- 1 Thanh quê
- ½ cốc Trà dâm bụt
- Đường hoặc chất làm ngọt
- Vỏ chanh để trang trí

HƯỚNG DẪN:

a) Kết hợp nước táo và thanh quế trong nồi.
b) lửa trong 2 phút , thỉnh thoảng khuấy.
c) Thêm trà vào nồi và khuấy đều.
d) Lấy thanh quế ra và rót trà vào cốc.
e) Thêm đường và trang trí bằng vỏ chanh.

95. Trà bạc hà Ma-rốc

THÀNH PHẦN:

- 2 muỗng canh Trà xanh Trung Quốc
- 5 cốc Nước sôi
- 1 bó bạc hà tươi, rửa sạch
- 1 cái ly Đường

HƯỚNG DẪN:

a) Đặt trà vào ấm trà. Đổ nước sôi vào.
b) Ngâm trong 3 phút.
c) Thêm bạc hà vào nồi.
d) Ngâm trong 4 phút. Thêm đường.
e) Phục vụ.

96.Trà Sữa Hoa Hồng

THÀNH PHẦN:

- 2 T a b le s poons xi-rô hoa hồng
- 2 thìa cà phê trà ô long
- 400ml sữa
- 3 T a b le s poons bột sắn trân châu
- 3 thìa cà phê đường

HƯỚNG DẪN:

a) Đun sôi 2 cốc nước.
b) Thêm trân châu khoai mì và đường.
c) Hãy để họ ngồi trong 5 phút.
d) Đun sôi 2 cốc nước và thêm trà ô long với xi-rô hoa hồng vào.
e) Ủ trong 4 phút.
f) Đổ sữa vào và để nguội.
g) Lấy trà ra và thêm trân châu khoai mì.
h) Trang trí với cánh hoa hồng và dùng nóng.

97.Trà mật ong hồi

THÀNH PHẦN:

- 1 muỗng cà phê Lá hồi khô
- 1 cái ly Nước sôi
- 1 muỗng cà phê Em yêu
- 1 Miếng chanh

HƯỚNG DẪN:

a) Đặt lá hồi vào cốc và đổ nước sôi lên trên.

b) Để nó dốc trong 7 phút.

c) trộn với mật ong và dùng với một lát chanh.

98.Trà đá bạc hà

THÀNH PHẦN:

- 4 thìa cà phê hỗn hợp pekoe cam và trà đen
- 6 cốc Nước lọc
- 6 Những nhánh bạc hà tươi
- Đá
- L chanh và đường; Phục vụ

HƯỚNG DẪN:

a) Trong bình, kết hợp túi trà, nước và bạc hà.
b) Che và đặt trong một cửa sổ đầy nắng trong khoảng 5 giờ.
c) loại bỏ túi trà. Rót trà lên đá trong ly cao.
d) Trang trí với chanh và dùng với đường.

99.Trà đá hoa cúc

THÀNH PHẦN:

- ½ cốc Trà thảo dược hoa cúc
- Khối nước đá
- 2 muỗng canh Nước ép nho trắng
- 2 muỗng canh nước táo
- Những lát nho và táo để trang trí

HƯỚNG DẪN:

a) Trộn trà và nước trái cây.
b) Đổ vào ly đầy đá và trang trí bằng nho và táo.

100.Trà bạc hà và hoa oải hương

THÀNH PHẦN:

- 1/2 chén lá bạc hà
- 2 thìa mật hoa thùa
- 2 muỗng canh hoa oải hương khô

HƯỚNG DẪN:

a) Kết hợp tất cả các thành phần.

b) Đổ vào 4 cốc nước sôi.

c) Dùng lạnh.

PHẦN KẾT LUẬN

Khi đọc đến những trang cuối cùng của "Cuốn sách dạy nấu ăn trượt tuyết cuối cùng của Après", chúng tôi hy vọng bạn đã khám phá ra sự đánh giá mới về nghệ thuật trượt tuyết sau khi trượt tuyết. Ngoài các công thức nấu ăn, bộ sưu tập này còn là sự tôn vinh tinh thần mùa đông—một lời nhắc nhở rằng niềm vui trượt tuyết vượt xa các sườn dốc và đi vào trung tâm của những cuộc tụ họp của chúng ta, nơi tiếng cười, sự ấm áp và đồ uống thú vị cùng hòa quyện.

Mong rằng 100 loại đồ uống ấm cúng này sẽ thêm chút kỳ diệu cho mùa đông của bạn, tạo nên những khoảnh khắc đáng nhớ bên bạn bè và những người thân yêu. Cho dù bạn đang cụng ly trong một nhà nghỉ nhộn nhịp hay đang tận hưởng một buổi tối yên tĩnh ở nhà, các công thức nấu ăn trong những trang này là minh chứng cho niềm vui có thể tìm thấy trong những niềm vui đơn giản của mùa đông.

Vì vậy, đây là ngọn lửa bập bùng, những ánh đèn lấp lánh và những câu chuyện được chia sẻ đã khiến buổi trượt tuyết sau buổi lễ trở thành một truyền thống đáng trân trọng. Khi bạn nhâm nhi những đồ uống làm ấm tâm hồn này, có thể chúng sẽ là người bạn đồng hành hoàn hảo cho chuyến phiêu lưu mùa đông của bạn, tạo nên những kỷ niệm sẽ đọng lại rất lâu sau khi tuyết tan và ván trượt được cất đi. Chúc mừng một mùa giải tràn ngập sự ấm áp, tình bạn thân thiết và những hương vị thú vị của "Sách dạy nấu ăn trượt tuyết Ultimate Après"!

www.ingramcontent.com/pod-product-compliance
Lightning Source LLC
LaVergne TN
LVHW010927061026
849535LV00007B/2283